Mzee na Kofia Yake

Sarah Murray na Rod Ellis

DRUM PUBLISHERS

Mzee anakwenda kutembea.
Amevaa kofia yake mpya.

Kuna upepo
mkali.

3

Upepo unairusha kofia yake.
Kofia yangu, kofia yangu, mzee
analia.

Mzee anaikimbilia kofia yake.
Mwanamke mmoja anamwona.

Nisaidieni, anasema mzee.
Mwanamke naye anaikimbilia
ile kofia.

Nisaidieni, anasema mzee.
Watoto nao wanaikimbilia
ile kofia.

Nisaidieni, anasema mzee.
Polisi mmoja naye anaikimbilia
ile kofia.

Nisaidieni, anasema mzee.
Kijana mwenye baiskeli
anaikimbilia ile kofia.

Nisaidieni, anasema mzee.

Mbwa naye anajiunga
kukimbilia ile kofia.

Mbwa anaruka juu.
Anaidaka ile kofia.

Mbwa anaipeleka kofia kwa
mzee.

Asante, asante, anasema
mzee.

Mzee ana furaha.

Zoezi

Kofia ipi ni ya mzee?
Je, waweza kuichora?